இந்த காதல் ஒரு தினுசு

விஜயகுமாரன்

தோல்விகளால் துவண்டு போனவர்களுக்கும் அவமானங்களுக்கு
அஞ்சி வாழ்வின் எல்லை வரை போய் திரும்பியவர்களுக்கும்
குறிப்பாக வாழ்க்கையில் கரையேற முடியாமல் தத்தளித்துக்
கொண்டிருக்கும் சகோதரிகளுக்கும் சமர்ப்பணம்

பொருளடக்கம்

1

இந்த காதல் ஒரு தினுசு

1

"அட சூப்பர்யா. ஒவ்வெரு சீனும் அவ்வளவு டச்சிங்கா இருக்கு. கதைய கேட்கும்போது வயசான எனக்குள்ளேயே லவ் ஃபீலிங் தோணு- துன்னா பாத்துக்கயேன். இப்ப நான் சொல்றேன் எழுதி வச்சுக்கோ இந்த படம் ஹிட்டுதான் அதில் மாற்றமே இல்லை" தயாரிப்பாளர் சுந்தரமூர்த்தி டேபிளில் அடித்து சத்தியம் செய்தார்.

"அப்பா படம் ஹிட்டுங்கிறது எனக்கும் தெரியும். இது மெகா ஹிட்டா சூப்பர் டூப்பர் ஹிட்டா அப்படிங்கறது ஆர்டிஸ்ட் செலக்சன்ல தான் இருக்கு" அருகே சோபாவில் அமர்ந்து கதை கேட்ட மகன் ஆர்- வத்தோடு சொன்னார்.

"தம்பி கார்த்திக் கதை எனக்கு பிடிச்சிருக்கு இந்த ப்ராஜெக்ட்ட நாம சேர்ந்து பண்ணலாம். அதுக்கு முன்னாடி நீ ஆர்ட்டிஸ்ட் யார் யாரைப் போடலாமுன்னு ஒரு லிஸ்ட் கொடு. அதுபோல எத்தனை நாள் சூட்- டிங், எவ்வளவு பட்ஜெட் அப்பிடிங்கிறதையெல்லாம் நாளைக்கு சாயங்- காலம் நம்ம எக்ஸிக்யூட்டிவ் ப்ரெடியூஸ்சரைப் பார்த்து பேசிக்கோ. வர்ற வெள்ளிக்கிழமை நாள் நல்லாயிருக்கு அன்னைக்கு அக்ரிமென்ட் எழுதி அட்வான்ஸ் போட்டுறலாம். இப்ப சாமிய வேண்டிக்கிட்டு இந்த டோக்- கன் அட்வான்ஸ வாங்கிக்கோ" என்று ஒரு கவரை எடுத்து நீட்டினார்.

கார்த்திக் அவர் காலில் விழுந்து வணங்க "நல்லா அமோகமா வருவ நாளைக்கு சாயங்காலம் மறக்காமல் வா" என்றார்.

தயாரிப்பாளரின் அலுவலகத்தை விட்டு வெளியே வர சென்னையின் மத்தியான கடும்வெயிலும் குளுகுளுவென இருப்பதைப்போல கார்த்திக்-குக்கு தோன்றியது. "மச்சி கலக்கிட்டடா. இந்த ஒரு வருஷத்துல நூறு தடவையாவது கேட்ட கதை தான்னாலும் இப்பவும் கிளைமாக்ஸ் சீன கேட்கும்போது மனச என்னவோ பண்ணுது. ஆர்டிஸ்ட் மட்டும் சரியா அமைந்துட்டா படம் சூப்பர் ஹிட்டு தான். யாரடா ஹீரோவா போட போற?"

"அதாண்டா தெரியல. பட்ஜெட், கால்சீட் இதெல்லாம் ஒத்து வரணுமே. ஒரே குழப்பமா இருக்கு" "அதெல்லாம் சுந்தரமூர்த்தி சார் பார்த்துக்குவார். அவர் நினைத்தா எந்த ஹீரோகிட்டயும் கால்ஷீட் வாங்கிடுவார். சரி மச்சி படவேலை தொடங்கினவுடனே என்ன கழட்டி விட்டுட மாட்டியே?" கூட வந்த ரமேஷ் கேட்டான்.

"என்னடா இப்படி கேட்டுட்ட நீ இல்லாம நான் மட்டும் ஒத்தயில எப்படி இந்த புராஜெக்ட்ட செய்து முடிக்க முடியும்?"

கார்த்திக்கின் பதில் பரவசமான ரமேஷ் "மச்சி ப்ராஜெக்ட் கன்ஃ-பார்ம் ஆனத முதல்ல பிரியாகிட்ட சொல்லுடா ரொம்ப சந்தோஷப்-படுவா. அதே மூடோட டக்குனு ப்ரொபோஸ் பண்ணியிரு கண்ணா இரண்டு லட்டு கன்ஃபார்ம். இன்னைக்கிலிருந்து நீ எதுக்கும் கவலைப்பட வேண்டியதில்லை லைன் கிளியர். இனி பஸ், ஓசி ட்ரவீலர் பயணம் எல்லாம் கிடையாது டோட்டலா உன்னோட லைப் ஸ்டைல் மாறப்போகுது. ஆமா எப்ப ட்ரீட் வைக்க போற? பசங்கள எல்லாம் வரச் சொல்லியிறலாமா?" என்று பரபரப்பானான்.

"அவசரப்படாதடா எல்லாம் பேசி முடிஞ்சு தயாரிப்பாளரே அனோன்ஸ் பண்ணட்டும். அதுவரையும் யாருகிட்டயும் எதையும் உளறிக் கொட்டிடாதே" ஏனோ கார்த்திக் ரமேஷின் கொண்டாட்டங்-களை அடக்கி வைத்தான்

2

"என்ன லொடலொட பிரியா மௌன விரதமா? வாயை லாக் பண்-ணினது மாதிரி பேசவும் மாட்டேங்குற சாப்பிடவும் மாட்டேங்குற என்ன விஷயம்? ரொம்ப டல்லா இருக்க. எல்லாம் அந்த காதல் படுத்துற பாடு தானா" ரேஷ்மா என்னதான் கிண்டலடித்தாலும் பிரியா வாய் திறப்ப-தாய் இல்லை.

"என்னதாண்டி உன் பிரச்சனை? வாயதிறந்து சொன்னாதானே தெரி-யும். இப்படி கல்லாட்டம் உட்கார்ந்திருந்தா நேரம் தான் போகும். சொல்லு என்ன ஆச்சு?" எப்படியாவது பிரியாவிடமிருந்து காரணத்தை தெரிந்து கொள்ள வேண்டும் என்ற ஆர்வத்தில் ரேஷ்மா என்ற வேதா-ளம் மனம் தளராமல் முயற்சித்தது.

"ஆங் குழந்தை அழுவுது. எல்லா மேட்டரையும் டெய்லி டெய்லி உங்கிட்ட சொல்றேன் இப்ப வந்து என்ன ஆச்சுன்னு வேற கேட்கிற. எல்லாம் என் தலையெழுத்து" பிரியாவின் பிடிவாதம் சற்று நழுவியது.

"ஏன் எல்லாமே நல்லபடியா தானே போய்கிட்டு இருந்துச்சு இன்-னைக்கு என்ன திடீர்னு டல்லாயிருக்கன்னு தானே கேட்டேன். அதுக்கு போயி கோவிச்சுக்கற" அவள் இன்னும் கொஞ்சம் பேசட்டும் என்பதற்-காக இவர் சற்று தூண்டி விட்டாள்.

"வீட்ல கல்யாணத்துக்கு வற்புறுத்துறாங்கடி. ஏதோ ஒரு நல்ல இடத்து சம்பந்தம் வந்திருக்குன்னு அம்மா ராத்திரி ரொம்பநேரம் பேசி-னாங்க. எனக்கு என்ன செய்றதுன்னு தெரியாம ஒரே குழப்பமா இருக்-குடி. இவன் என்னடான்னா சினிமா சினிமான்னுட்டு திரியறான். அவன் சைடுலருந்து எந்த சிக்னலும் வரலடி. நானாத்தான் அவன் என்ன லவ் பண்றான்னு நினைச்சுக்கிட்டு இருக்கேனோ என்னவோ".

"எனக்கு ரொம்ப ஆச்சரியமா இருக்கு ப்ரியா. எத்தனை பெரிய மீட்டிங்னாலும் தனியா ஹேண்டில் பண்ணற அளவு துணிச்சலுள்ள நீயா இப்படி புலம்பிகிட்டுருக்க?".

"புரியாம பேசாத அது ஒன்னும் கம்பெனி மீட்டிங்கில்ல காதல். பொம்பளைங்க எப்படி வலிய போய் காதலிக்கிறேன்னு சொல்லமுடியும். ஒருவேளை அவனுக்கு அப்படி ஒரு நெனைப்பில்லன்னா அப்புறம் என்ன பத்தி என்ன நினைப்பான்?"

"ஆமாடி அப்படி ஒரு பிரச்சனையும் இருக்கு. இந்த இரண்டாம் கெட்ட ஆம்பளகள நம்பி எதிலேயும் இறங்க முடியாது. இப்படித்தான் நம்ம டீம்ல சுதா இருக்கால்ல அவ போய் ஒருத்தன லவ் பண்றேன்னு சொல்ல அவன் என்னடான்னா ஊருக்குள்ள எல்லார்கிட்டயும் இவ ஒரு அலைஞ்சான் கேசுன்னு நாரடிச்சிட்டானாம். அதுக்கு பயந்து சென்-னைக்கு கிளம்பி வந்தவதான் இங்கேயே செட்டில் ஆயிட்டா".

பிரியா மேலும் கலங்கி போனாள். "இப்ப என்னடி செய்யறது?".

"அடுத்து அவன சந்திக்கும்போது இந்த மாதிரி வீட்ல மாப்பிள்ளை பார்க்குறாங்கன்னு சொல்லு. அவனுடைய ரியாக்சன் எப்படி இருக்குங்கறத வச்சி முடிவு பண்ணலாம். எக்காரணத்தைக் கொண்டும் உன்னுடைய கௌரவத்தை மட்டும் விட்டுக் கொடுத்துடாதே அடுத்து எங்கேயும் தலைநிமிர்ந்து நடக்க முடியாது. அவன் மூஞ்சிய சுழிக்கிற மாதிரி தெரிஞ்சாலே குட் பைன்னுட்டு கிளம்பியிரு. என்ன சரிதானே நான் சொல்றது".

"சரிதான் என்னானலும் நாளைக்கு கண்டிப்பாக பேசிவிட வேண்டும்" என்று தீர்க்கமாக முடிவெடுத்தாள்.

3

ஆள் நடமாட்டம் இல்லாத அந்த மதிய வேளையில் கார்த்திக் பூங்காவினுள் நுழைந்தான். வழக்கமாக உட்காரும் இடத்தை விட்டு சற்று மறைவான பெஞ்சில் அமர்ந்தான். அப்படியே சுற்றிலும் இருப்பவர்களை மெதுவாக நோட்டமிட்டான்.

ஆங்காங்கே மர நிழலில் சில காதல் ஜோடிகள் உலகை மறந்து அமர்ந்து இருந்தனர். அவர்கள் இருந்த நிலையில் உலகமே அவர்களை கவனித்தாலும் இவர்கள் பிறரை கண்டுகொண்டதாக தெரியவில்லை. சில வயதானவர்கள் அரசியல் பேசிக் கொண்டிருந்தார்கள். ஒன்றிரண்டு டை கட்டிய மன்னார் அன்ட் கம்பெனி ஆசாமிகள் வீட்டிலிருந்து கொண்டு வந்த சாப்பாட்டை சாப்பிட்டுட்டு பெஞ்சில் உறங்க தயாரானார்கள்.

மொத்தத்தில் தன்னை கவனிக்க ஆளில்லை என்பதை அறிந்தவுடன் நிம்மதி பெருமூச்சு விட்டான். இன்று எப்படியாவது பிரியாவிடம் மனதில் உள்ளதை சொல்லிவிட வேண்டும். இரண்டு வருஷமாக நல்ல தோழியாக சகஜமாக பழகிக் கொண்டிருக்கிறாள். பைக்கில் பார்க், பீச், சினிமா என்று சுற்றி இருக்கிறோம். பீச்சில் கைகோர்த்து நடந்திருக்கிறோம். ஓடிப்பிடித்து விளையாடி இருக்கிறோம் இதை வைத்து நான் ஒரு முடிவுக்கு வருவது சரியா?. அவள் மனதில் அப்படி ஒரு எண்ணமில்லாமல் ஒரு நல்ல நண்பனாய் எண்ணியிருந்தால்?.

ஒரு முழு படத்துக்கான வசனம் எழுதுவது கூட அவ்வளவு கஷ்டமா தெரியல அவகிட்ட விஷயத்தைச் சொல்றதுக்கு தான் திக்கி திணறவேண்டியுள்ளது. பக்குவமா சொல்வதற்கான வார்த்தைகளை தேடி

பிடிக்க வேண்டியிருக்கு அதுக்குள்ள அவ நேரமாயிடுச்சுன்னு போயி-டுறா. இப்படியே விடக்கூடாது இன்னைக்கு சிம்பிளா ஒரே லைன்ல சொல்லிடணும்

சொல்லும்போது அவளுடைய ரியாக்ஷன் எப்படி இருக்குமோ பாசிட்டிவா எடுத்துக்கிட்டா சந்தோசம். திட்டினால் என்ன செய்வது? இன்னைக்கு சொல்லணும்னு முடிவு பண்ணியாச்சு அப்புறம் என்ன எல்-லாவற்றிற்கும் தயாரா தான் இருக்கணும்.

பிரியா அப்படி ஒன்னும் ஆளை அசத்தும் பேரழகியில்லை. ஆனா கொஞ்சநேரம் பேசிக்கிட்டுயிருந்தா போதும் யாரையும் மயக்கிடுவா. நம்ம கதைக்கு இவளையே கூட ஹீரோயினா போடலாம் புதுசா கேரளா-வில் இருந்து வர்ற நடிகைகளைப் போல அழகியில்லன்னாலும் மேக்கப் செய்ய ஓகேயாகிருவா. பெரிய அழகான கண்கள் கண்டிப்பா க்ளை-மாக்ஸ் சீன்ல க்ளோசப் ஷாட்டுக்கு தேவையான முகபாவனைகளை அந்த கண்ணிலயே கொண்டு வரலாம்.

உள்ளிருந்து ஏதோ "வேண்டாம் வேண்டாம்" என அபயக் குரல் ஒலித்தது. சினிமாங்கிறது ஒரு பரமபத விளையாட்டு. யாரை எப்போ எங்கே வைக்குமுன்னே யாருக்கும் தெரியாது பாவம் அவள் மிடில் கிளாஸ் ஃபேமிலி பெண். படிச்சிட்டு ஒரு கம்பெனியில் சேர்ந்து மூணு நாலு வருஷ போராட்டத்துக்கு பின் இப்போ நல்ல போசிஷனுக்கு வந்-துருக்கா. நாம் அதையும் கெடுத்து விடக்கூடாது.

ஏதாவது நல்ல ப்ரொபஷனல் ஆர்டிஸ்ட தான் போடணும். கிளை-மாக்ஸ இதே மாதிரி ஒரு பார்க்ல வைக்கணும். ஹீரோவும் ஹீரோயினும் பேசுற அந்தக் கடைசி கட்ட வசனம் தான் படத்துக்கான உயிர். அதனால ரெண்டு பேருடைய க்ளோசப் சாட்டுகள் கச்சிதமா வரணும். அதுக்கு இப்ப பிரியா என்கிட்ட காட்டப் போற ரியாக்சன அப்படியே நான் மனசுக்குள்ள படம் பிடிச்சு வச்சிக்கணும். அத படத்தில் நடிகர் நடிகைகள் முகபாவனையில் கொண்டு வரணும் அது போதும் படம் கண்டிப்பா சக்சஸ் ஆயிடும்.

பிரியாவை பார்க்க வந்து காத்திருந்த நேரத்திலும் படத்தைப் பற்றியே யோசித்துக் கொண்டிருந்தவனை "பூ வாங்கலியோ சார்" என்ற குரல் கலைத்தது. கூடை நிறைய பலவித பூக்களோடு நின்றிருந்த பூக்காரியி-டம் "ஒரு ரெட்ரோஸ் கொடுங்க" என்றான். பூக்காரி ஒரு அர்த்தப்புன்-

னகையோடு பூவை கொடுத்துவிட்டு நகர்ந்தாள்.

பிரியா வருகிறாளா என்று அவன் கண்கள் தேடின. அவன் இருந்த இடத்திலிருந்து பூங்காவின் நுழைவாயில் தெளிவாக தெரிந்தது.

4

பஸ்ஸிலிருந்து இறங்கிய பிரியா சாலையை கடக்க காத்திருந்தாள். எத்தனையோ முறை கார்த்திக்குடன் இங்கு வந்திருக்கிறாள். ஆனால் இன்று ஏனோ அது ஸ்பெஷலாக தெரிந்தது.

இன்று எப்படியும் கார்த்திக்கிடம் சொல்லிறனும். இதற்கு மேலும் மறைச்சு வைக்க முடியாது. ஏற்கனவே சில பிரண்டுகளுக்கு தெரிஞ்சு கேலி பண்ண ஆரம்பிச்சிட்டாங்க. இனியும் பேசாமல் இருந்தால் தப்பா-கிடும். கார்த்திக் மிக நல்லவன், படித்தவன் நான் சொல்றத எப்படியும் புரிந்துக்குவான். அவன் மட்டும் ஒத்துக் கொண்டால் நம்ம வாழ்க்கையே நாளையிலிருந்து மாறிப்போகும். எல்லா பிரச்சனைகளுக்கும் ஒரு முடிவு கட்டலாம். அம்மா அப்பாவுக்கு தெரிவதற்கு முன் இவன்கிட்ட பேசி கிளியர் பண்ணியிறணும்.. இல்லனா மானம் போயிரும். தைரியத்தை வரவழைத்துக் கொண்டு சாலையைக் கடந்தாள்.

பூங்காவின் வாசலையே பார்த்துக் கொண்டிருந்த கார்த்திக்கின் கண்-களில் தேவதையாய் தெரிந்தாள். போன முறை அவளுடைய பிறந்தநா-ளுக்கு அவன் பரிசளித்து இருந்த பிங்க் நிற சுடிதாரில் வந்திருந்தாள். இதேபோல் ஒரு ஷாட் வைக்கணும் ஸ்லோமோஷனில் ஹீரோயின் என்ட்ரி, பிங்க் நிற காஸ்ட்யூம், மெல்லிய லைட்டிங் என்றால் சும்மா நச்சுன்னு இருக்கும் கார்த்திக்கின் மனசுக்குள் காட்சிகள் விரிந்தன.

வைத்த கண் வாங்காமல் நடந்து வருபவளையே உற்றுப் பார்த்துக் கொண்டிருந்தான். பிரியா வந்தவுடன் எப்படி பேசுவது என்று அதுவரை பார்த்திருந்த ஒத்திகை எல்லாம் மறந்து போனது. சற்று குனிந்து தன்னை பார்த்தான் கொஞ்சம் ஒழுங்கா டிரஸ் பண்ணிட்டு வந்தி-ருக்கலாமோ அவளோட அழகுக்கு முன்னாடி நாம காணாம போயி-டுவோம்ன்னு தோணுது. அவா ஹீரோயினாட்டம் ஜம்முனு இருக்கா நான்தான் காமெடியனுக்குகூட செட்டாக மாட்டேன் போல தோணுது. ஹீரோயினுக்கு ஏத்த ஹீரோ வேண்டாமா?.

சிலையாய் எழுந்து நின்றான். அருகே வந்த பிரியா அவன் முகத்-துக்கு நேரே கையை நீட்டி "ஹலோ ஹலோ" என இரண்டு முறை அழைத்த பின் தான் சுய நினைவுக்கு வந்தான். அவளிடமிருந்து கிளம்-

பிய பெர்ஃப்யூம் வாசனை ஆளை மயக்கியது.

சுதாரித்துக்கொண்ட கார்த்திக் சினிமா பாணியில் முதுகுப்புறம் சொருகி வைத்திருந்த ஒற்றை ரோஜாவை எடுத்து அவள் வலது கரப் பக்கம் நீட்டி "தேவதையே வா" என்று பாடினான். அதை வாங்குவதா வேண்டாமா என சில வினாடிகள் யோசித்து அவள் கரம் நீள அவன் ஏமாற்றுவது போல் சற்று விலகி பூவை இடதுகைப் பக்கம் கொண்டு போனான். "இளம் தேவதையே வா" என்று மீண்டும் பாடினான்.

இந்த முறை ஏமாறாமல் பூவை வாங்க வேண்டுமென்று பிரியா வேகமாக முயற்சிக்க அவன் இன்னும் வேகமாக இரண்டடி பின்னால் நகர்ந்து ஒருமுறை சுழன்று "தேவதையே வா இளம் தேவதையே வா" என்று சற்று உரக்க பாடினான். பிரியா நாணத்தில் முகம் சிவந்து நின்-றாள்.

டக்கென்று பிரியாவின் முன் மண்டியிட்டு இரண்டு கரங்களிலும் பற்-றியிருந்த பூவை நீட்டி. "ஐ லவ் யூ பிரியா" என்றான். ஒரு கணமும் தாமதிக்காமல் பிரியாவும் "ஐ லவ் யூ டூ" என்று கூறி பவ்யமாய் பெற்-றுக்கொண்டாள். பூவை பிடித்த கையை பற்றி முத்தமிட்டான் கார்த்திக். ஒரிரு நொடிகள் உணர்ச்சிப் பிழம்பாய் இருவரும் மெய்மறந்து நின்றனர்.

முதலில் சுதாரித்துக்கொண்ட பிரியா இங்கு நடந்த காட்சியை யாரும் கவனித்தார்களா என்று சுற்று முற்றும் பார்த்தாள். அப்படி யாரும் அவர்களை கண்டு கொண்டாய் தெரியவில்லை என்றதால் நிம்மதியா-னாள். இருவரும் மெதுவாக மரத்தடி பெஞ்சில் அமர்ந்தனர். இருவருக்-குள்ளும் நீண்ட மௌனம் நிலவியது.

இந்த பூங்காவுக்கு எத்தனையோ முறை இருவரும் வந்திருக்கின்றனர் அப்போதெல்லாம் இருந்த சூழ்நிலையே வேறு பிரியாவை கலகலப்பாக்க சூட்டிங் ஸ்பாட்டில் நடக்கும் காமெடி கலாட்டாக்களையும் தமிழ் தெரி-யாத பிறமொழி நடிகைகளின் தமிழ் உச்சரிப்பையும் அவர்கள் பாணியில் மிமிக்கிரி செய்து காட்ட பிரியா விழுந்து விழுந்து சிரிப்பாள். இப்படித்-தான் அவர்களுடைய பழக்கம் உண்டான நாளிலிருந்து மணிக்கணக்கில் பேசுவார்கள். சொல்ல வேண்டிய விஷயத்தை விட்டுவிட்டு ஏதேதோ பேசுவார்கள் சிரிப்பார்கள் உலக நடப்பு, சினிமா கிசுகிசு, குடும்ப நிலவ-ரம் இதையெல்லாம் பேசிப்பேசி பிரியாமல் பிரிவார்கள்.

இன்று ஒருவர் காதலை சொல்ல மற்றவர் அதை ஏற்க அடுத்து என்ன என்பது தெரியாமல் இருவரும் மௌனமாயினர். இந்த அழுத்தத்தை போக்க கார்த்திக் எப்போதும் போல் ஹீரோக்களின் குரலில் மிமிக்கிரி செய்யலாம் என தீர்மானித்தான்.

"என்னம்மா கண்ணு ஃப்ரியா இன்னைக்கு டக்கரா இருக்கிற" என்று சத்யராஜ், கமலஹாசன், ரஜினி, கவுண்டமணி என பலரின் குரலில் பேசினான். இதையெல்லாம் கேட்டு அவள் முகம் மலர்ந்ததே தவிர வாயை திறந்து ஏதும் பேசாமல் மௌனமாய் இருந்தாள்.

"கண்ணு அவரு சொன்னாரு இவரு சொன்னாரு நீ டக்கரா இருக்கேன்னு ஆனால் நான் சொல்கிறேன் நீ அழகா இருக்கிறதுக்கு காரணம் நான் வாங்கி கொடுத்த பிங்க் சுடிதார் பிங்க் சுடிதார். இதைதவிர வேறு ஒரு காரணமும் இல்லை" என்று பட்டணம் பொடி விளம்பரத்தில் வருபவர் போல் பேசினான்.

அதற்கு பொய்க் கோபம் காட்டிய பிரியா "எந்த டிரஸ் போட்டாலும் நான் அழகிதான்" என்றாள். "அரை இஞ்ச் கணத்துக்கு மேக்கப் போட்டுக்கிட்டா பாட்டி கூட பியூட்டி தான்" என்றவாறு அவள் முகத்தில் உள்ள மேக்கப்பை தடவிப் பார்க்க கன்னத்தை நோக்கி ஒரு விரலை நீட்டினான். பிரியா அவன் கையை தட்டி விட்டாள். அந்த செயலில் மெலிதான கோபம் தெரிந்தது.

"டேய் நானென்ன உன்னாட்டம் வெட்டியாக திரியுறேன்னு நினைச்சியா. ஒரு பொசிஷன்ல இருக்குறவங்க எப்படி இருக்கணுமோ அதுக்கு தகுந்தபடி தான் டிரஸ் பண்றேன் மேக்கப் பண்றேன். என்ன சொல்நீயே நீ என்னைக்காவது உன் முகத்தை கண்ணாடியில் பார்த்து இருக்கியா? தாடியும் மீசையும் பரதேசியாட்டம் ட்ரஸ்ஸம் போட்டுக்கிட்டு பிச்சைக்காரன் மாதிரித் திரியிற உனக்கு அழகப் பத்தி என்ன தெரியும்?".

உடனே கார்த்திக் நேரங்காலம் தெரியாமல் ஒரு கவுண்டமணி காமெடி அடித்தான். "ஏய் அழக பத்தி மட்டும் நீ பேசாத உங்க அப்பா இருக்கானே உங்கப்பன் சொறி தலையன் அவனுக்கு நான் மோசமா? உங்க ஆத்தா இருக்கால்ல ஆத்தா வாய் எதுன்னு காது எது என்று தெரியாதவா அவளுக்கு நான் மோசமா? உன் தம்பி இருக்கானே ஈஸ்வரன் கோவிலில் எண்ணெய் சட்டியாட்டம் அவனுக்கு நான் மோசமா?".

கார்த்திக் பெரிய காமெடி என நினைத்து சொன்ன வார்த்தைகள் நிலைமையை தலைகீழாக்கியது. இதுவரை அமைதியாக இருந்த பிரியாவுக்கு கோபம் தலைக்கேறியது. சட்டென்று நிமிர்ந்து உட்கார்ந்தாள். "ஸ்டாப் இட் கார்த்திக். வாட் நான்சென்ஸ் யு ஆர் டாக்கிங். எங்க குடும்பத்தை பத்தியெல்லாம் பேச உனக்கு யார் அந்த ரைட்ஸ் கொடுத்தது? ஒரு பிரண்ட்டா ஒரு லவ்வரா நீ இவ்வளவு அட்வான்டேஜ் எடுத்துக்கிறத என்னால சகிக்க முடியாது. காதல சொன்ன இந்த ரெண்டு நிமிஷத்திலேயே இப்படி இருக்கன்னா இனி வரும் நாட்களில் எப்படி எல்லாம் பேசுவ. இதை நான் இனி அனுமதிக்க மாட்டேன்" என்று பிரியா கத்தினாள்.

திடீர்னு வெடித்து கிளம்பிய பிரியாவை எப்படி சமாதானப்படுத்துவது என்று தெரியாமல் கார்த்திக் "சாரி பிரியா சும்மா காமெடிக்காக தெரியாத்தனமா அப்படி பேசிட்டேன் மன்னிச்சுக்கோ" என்றான்.

"எங்கே காமெடிக்காக இதே மாதிரி உன்னை பெத்தவங்களையும் பேசு பார்க்கலாம்" ப்ரியாவின் கோபம் தணியாததை கண்டு கார்த்திக் மௌனமாக இருந்தான்.

"அவங்கள பேச மனசு வரலைல்ல. உங்க அப்பா அம்மா எப்படி உனக்கு ஒசத்தியோ அது போல தானே எனக்கும். நான் உன்னை காதலிக்கிறேன்னு சொன்னவுடனேயே உன் மனதில் இருக்கும் அழுக்கை எல்லாம் வெளியே கொட்ட தொடங்கிட்ட".

"வெரி சாரி பிரியா" கார்த்திக்கின் குரல் மெல்லிதாக வெளிப்பட்டது. "பேசுறதெல்லாம் பேசிட்டு இப்ப சாரியா. உன் சாரி எல்லாம் தூக்கி குப்பைத் தொட்டியில் போடு. பெரியவர்களை மதிக்க தெரியாத நீயெல்லாம் ஒரு மனுசனா? உன் கூட பழகுனதே வேஸ்ட். எல்லாம் என் தப்புதான். உன்ன பத்தி நினைச்சுருந்த உயர்வான விஷயங்கள் எல்லாம் தப்பா போச்சு" பொது இடம் என்றுகூட பார்க்காமல் தொடர்ந்து கத்திக் கொண்டேயிருந்தாள்.

கார்த்திக் மௌனமாய் இருந்து அவளை சமாதானப்படுத்த நினைத்திருந்தான். பிரியா நிறுத்தாமல் மேலும் மேலும் பேசிக் கொண்டிருந்தால் ஒரு அளவுக்கு மேல் பொறுக்க முடியாமல் "பிரியா ஏதோ தெரியாம சொல்லிட்டேன் சாரி. வந்தப்ப நீ ரொம்ப டென்ஷனா இருந்த உன்னுடைய மனசு சரியாகி நீ ப்ரீயாகணும்ங்கிறதற்காக அந்த காமெ

டியை சொன்னேன். ஏன் இதற்கு முன்னாடியும் பலதடவை நான் இப்படி காமெடி பண்ணி இருக்கேனே அப்ப உனக்கு வராத கோபம் இன்னைக்கு மட்டும் ஏன் வந்தது".

"ஓகோ இத்தனை நாள் நான் அமைதியா இருந்ததை நீ ஓவர் அட்வான்டேஜ்ஜா எடுத்துகிட்ட. அதனால இன்னைக்கு எங்க ஃபேமிலிய கேவலமா பேசற அளவுக்கு வந்துட்ட. இந்த உரிமை உனக்கு யார் கொடுத்தது? காதலிக்கிறேன்னு சொன்ன அந்த ஒற்றை வார்த்தைக்கா இத்தனை பெரிய அவமானம். இந்த மாதிரி சீப்பான எண்ணம் இருந்தா இனி காதலிக்கிறதிலயோ நட்பா பழகுறதுலயோ ஒரு அர்த்தமும் இல்லை. இனி நாம பார்க்க வேண்டாம் பேச வேண்டாம் நமக்குள்ள இருக்கிற தொடர்புகளேல்லாம் இதோட அறுந்து போச்சு. ச்சே உன் கூட பழகுனத நினைச்சாலே அருவருப்பாயிருக்கு" என்று சொல்லி பேக்கை தோளில் மாட்டிக் கொண்டு திரும்பிப் பார்க்காமல் நடந்தாள்.

5

எப்படி அவளை சமாதானப் படுத்துவது என்று தெரியாமல் திகைத்த கார்த்திக் கொஞ்சதூரம் அவள் பின்னாடி நடந்து "சாரி பிரியா கொஞ்சம் அமைதியாயிரு. நான் சொல்றதை கொஞ்சம் கேளு அவசரத்துல எடுக்கிற முடிவுகள் எல்லாம் தப்பா தான் போகும் என்னை கொஞ்சம் புரிஞ்சுக்கோ" என்றான். பிரியா எதையும் கண்டுகொள்ளாமல் இன்னும் வேகமாக நடந்தாள்.

பிரியாவின் பின் பூங்கா வாசல் வரை போனான். இவர்களின் செய்கை பலரின் கவனத்தை திருப்பியது ஆங்காங்கே அமர்ந்திருந்தவர்கள் இவர்களை கவனிக்க தொடங்கினர். கார்த்திக்குக்கு அது அவமானமாக தோன்றியது.

அவள் திரும்பி கூட பார்க்காமல் பூங்காவை விட்டு வெளியேறி சாலையில் இறங்கியதும் அவளை பின் தொடர்வதை நிறுத்தினான். அவள் சாலையைக் கடந்து மறுபக்கம் போகும் வரை பார்த்துக்கொண்டிருந்து விட்டு எதிர்திசையில் நடக்க ஆரம்பித்தான். அவர்களுக்கு இடையேயான இடைவெளி அதிகரித்துக் கொண்டே போய் இறுதியில் இருவரும் புள்ளிகளாய் மறைந்தனர்.

சாலையை கடந்தவுடன் எங்கோ பார்ப்பதுபோல் மெதுவாக திரும்பி கார்த்திக் இன்னும் தன்னை பின்தொடர்ந்து வருகிறானா என்று பார்த்-

தாள் பிரியா. கார்த்திக் பின்தொடராமல் அவன் வேறு பாதையில் போய்க் கொண்டிருந்ததை பார்த்தவுடன் நெஞ்சில் முள் தைத்தது போல் சுறுக்கென்று ஒரு வலி தோன்றியது. "நான் பேசியது உன்னை ரொம்ப பாதிச்சிரிச்சா கார்த்திக் ஐ'ம் வெரி சாரி" மனதிற்குள் பேசினாள்.

"கொஞ்சம் ஓவராத்தான் போயிட்டோமோ? சரி இப்ப அதனால என்ன இன்னைக்கு என்ன நினைத்து வந்தோமோ அது நன்றாகவே நடந்தது" என்று புன்னகைத்தவாறு பஸ் ஏற காத்திருந்தாள்.

"கார்த்திக் நீ அன்பானவன், திறமையானவன் தான். ஆனால் உருப்படியா ஏதாவது ஒரு வேலையை தேடிக்காம எப்போதும் சினிமா சினிமான்னு அலைந்துகிட்டிருக்கியே. சினிமாவில் சாதிப்பது எவ்வளவு கஷ்டம் என்று எல்லோருக்கும் தெரியும். நீ சினிமாவில் சாதிக்கிற வரை காத்திருக்க என் குடும்ப சூழ்நிலை ஒத்து வராது. காலேஜ் முடிச்சுட்டு தங்கச்சியும் காத்திருக்கா. அம்மாவும் அப்பாவும் கொஞ்சம் வசதியான மாப்பிள்ளை வீடு வந்திருக்குன்னு பதினைந்து நாளா சொல்லிக்கிட்டு இருக்காங்க. மாப்பிள்ளை பையனுக்கு ஐடி கம்பெனியில் பெரிய உத்தி- யோகம் சீக்கிரமே அமெரிக்காவுக்கு போகிறதுக்கு சான்ஸ் இருக்குன்னு சொன்னாங்க இப்படி ஒரு வாய்ப்பை நான் எப்படி மிஸ் பண்ண முடி- யும். அவங்களுக்கு உடனே பதில் சொல்ல முடியாமல் திண்டாடிக்கிட்- டிருந்தேன். உன்கிட்ட சொன்னா என்ன சுயநலக்காரியின்னு நினைச்சி- ருவியோன்னு பயமா இருந்தது.

நம்ம லவ்வ சொல்லாமலே பிரேக்கப் பண்ணிக்கலாம்னு எப்படி டிசண்டா சொல்றதுன்னு யோசிச்சுக்கிட்டு இருந்தேன். டக்குனு நீ ஐ லவ் யூ சொல்ல என்னையும் அறியாமல் என் மனசில இருக்கிறது வெளிவந்துடுச்சு. ஐயோ என்ன இப்படி ஆயிடுச்சு இனி எப்படி உங்- கிட்ட என் நிலைமையைச் சொல்லன்னு தவிச்சுகிட்டிருந்த போதுதான் நீயா வந்து வாயை கொடுத்து மாட்டிக்கிட்ட. இனி சிம்கார்டை மாத்- திட்டு கம்முனு இருக்க வேண்டியதுதான். சாரி கார்த்திக் நீ நல்ல- வன் தான் இருந்தாலும் எனக்கு ஒரு பெட்டர் லைஃப் கிடைக்கும்போது பை பை சொல்லத்தானே வேண்டியிருக்கும் குட்பை" என்று மனசுக்குள் சொல்லிக் கொண்டாள்.

6

எதிர் திசையில் நடந்த கார்த்திக் அங்கிருந்த டிக்கடையில் போய் அமர்ந்தான். "எவ்வளவு பெரிய வேலை இவ்வளவு ஈசியா முடியுமுன்னே நினைக்கவில்லை. அவளே ஆரம்பிச்சா அவளே முடிச்சிட்டா. நாம பிரேக்அப் பண்ணிக்கலாம்ற விஷயத்தைச் சொல்ல அவள் அழுது ஆர்ப்பாட்டம் பண்ற சூழ்நிலையே இல்லாம போச்சு. அவளுக்கு துரோகம் பண்றேன்னேன்னு நினைச்சு கலங்கி கொண்டிருந்தேன். அத இல்லாம செஞ்சிட்ட ரொம்ப தேங்க்ஸ் கடவுளே.

நேத்துதான் முதல் படத்துக்கு சான்ஸ் கிடைச்சிருக்கு அந்த பிராசஸ் தொடங்கி படம் ரிலீசாகிறதுக்கு எப்படியும் ஒரு வருஷமாவது ஆகிடும். அதன் வெற்றியை பொறுத்து தான் என எதிர்காலமே இருக்கிறது இப்படி உறுதி இல்லாத சூழ்நிலையில் இருக்கிற நான் அவளை எத்தனை வருஷம் தான் காத்திருக்க சொல்லமுடியும்.

எனக்கு சான்ஸ் கிடைச்ச விஷயத்தை அவகிட்ட இப்ப சொன்னா உடனே கல்யாணம் பண்ண சொல்லுவா. ஆனா அதைப் பத்தி யோசிக்கிற சூழ்நிலையில கூட நானில்லை. எனக்கு என் ஃபியூச்சர் தான் முக்கியம் இங்கே வெற்றி தான் ஒருவனுடைய எதிர்காலத்தைத் தீர்மானிக்கிற விஷயமா இருக்கு. கிடைச்ச சான்ச பயன்படுத்தி எப்படி ஜெயிக்கிறதுங்கிற சிந்தனை மட்டும்தான் என் மூளைக்குள்ள ஓடிக்கிட்டு இருக்கு. அதனால எக்காரணம் கொண்டும் இந்த சான்ஸை மிஸ் பண்ண முடியாது.

அதுக்காக பிரியாவை ரெண்டு மூணு வருஷம் காத்திருக்க சொல்லவும் முடியாது. பாவம் அவங்க வீடு வசதி இல்லாதது அவளுக்கு இன்னும் ஒரு தங்கச்சியும் இருக்கா. நானாக விலகிப் போனால் அவளுக்கு கொஞ்சம் மனசு கஷ்டப்பட்டாலும் பிரச்சனை எல்லாம் தீர்ந்து போகும்னு நினைச்சேன். இது எப்படி அவகிட்ட சொல்றதுதான் கொஞ்சநாளா தவிச்சுக்கிட்டுருந்தேன். இன்னைக்கு எப்படியும் தைரியமா அவள்ட்ட பிரேக்கப்ப சொல்லணும்னு இருந்தேன்.

ஆனால் அவள பாத்தவுடனேயே என் மூளை தன்னால பிளாக்காகிடுச்சு. மூளையின் கட்டுப்பாட்டை மீறி மனசிலிருந்து வார்த்தைகள் நழுவி வெளியே வந்துடுச்சு. நான் ஐ லவ் யு சொல்ல அவளும் ஒரு கணமும் தாமதிக்காமல் தன் விருப்பத்தைச் சொல்ல ஐயோ எல்லாம் கைநழுவி போயிடுச்சோன்னு நினைச்சேன். ச்சே லவ் பண்றேன்னு சொல்வதைவிட பிரேக் அப்ப சொல்றதுக்கு எவ்வளவு திண்டாட வேண்

டியிருக்கு

ஆனா தலைவன் கவுண்டமணி கருணையாலே நீயா பிரச்சினைய தொடங்கி நீயா முறிச்சிட்டு போயிட்ட. எப்படியோ பிரச்சனைகள் எல்லாம் நல்லபடியா முடிந்தது இனி அவரவருக்கு அவரவர் வழி. எங்-கிருந்தாலும் வாழ்க” என்று ஆசுவாசப்பட்டவன் டீ கடைக்காரரிடம் “அண்ணே ஒரு டீ” என்றான். அப்போது அங்கிருந்த எஃப் எம் இல்

“இதெல்லாம் அரசியல்ல சகஜமப்பா” கவுண்டமணியின் குரல் ஒலித்தது.

2

கடவுளின் கணக்கு

வானில் விடிய போவதற்கான அறிகுறிகள் தோன்ற பிரபாகரனின் உறங்காத இரவு ஒன்று கழிந்தது. வெளிச்சம் வரவேண்டி படுக்கையில் புரண்டு கொண்டிருந்த அவன் மெதுவாக எழுந்தான் அதற்கு முன்பா-கவே விஜி எழுந்து போய் ஏதோ வேலை செய்து கொண்டிருந்தாள்.

கல்யாணம் ஆன பத்து வருஷத்துல உடம்பு சரியில்லாத போதோ விடுமுறை நாட்களிலோ கூட விடிந்த பிறகு அவள் உறங்கி பார்த்தது இல்லையே என்று யோசித்தபடியே மெதுவாக சமையலறையை கடந்து போகையில் அம்மாவோடு விஜயா ஏதோ பேசிக்கொண்டிருப்பது கேட்-டது. திண்ணையில் போய் அமர்ந்து அன்றைய செய்தித்தாளை வெறு-மனே புரட்ட மனம் எதையோ நினைத்து அலை பாய்ந்தது.

விஜயாவிடம் அந்த விஷயத்தை இன்று சொல்லிவிட வேண்டும் இன்னும் சொல்லாமல் இருப்பது பல பிரச்சினைகளில் கொண்டுபோய் விடும். ஆனால் எப்படி சொல்வது? அவளை நேருக்குநேர் பார்த்து இதைச் சொல்ல ஒரு வாரமாக செய்த முயற்சியெல்லாம் வீணானதுதான் மிச்சம்.

மீண்டும் ஒருமுறை சமையலறையை எட்டிப் பார்த்தான். இருவரும் இன்னமும் பேசிக்கொண்டிருந்தனர். இந்த அம்மாவுக்கு கொஞ்சங்ககூட விவரங்கிறதே இல்லை. பாவம் வேலைக்கு போறவா வீட்டுக்கு வந்தா கொஞ்சம் ரெஸ்ட் எடுக்கட்டும்னு விடாம எப்ப பாத்தாலும் அவளை கூப்பிட்டு பக்கத்துல வச்சிக்கிட்டு கதை பேசுறதே வேலையா போச்சு. என்கிட்ட பேசுவதைவிட அவகிட்ட அப்படி என்னதான் பேசுவார்களோ

அதுவும் இப்ப கொஞ்சநாளா இது ராத்திரி வரை தொடருது. இவங்க மாமியார் மருமகளா இல்ல அம்மாவும் மகளுமா என்று பிரபாகரன் யோசித்துக் கொண்டிருக்கும் போது விஜயா தேநீர் கோப்பையை நீட்டினாள்.

"விஜி வா இங்க உட்காரு உனக்குத்தான் உடம்புக்கு முடியலையே பின்ன ஏன் இப்படி காலங்காத்தால எந்திரிச்சி என்னத்தையாவது செய்துகொண்டிருக்க? அஸ்வினியை அம்மா ஸ்கூலுக்கு கிளப்பி விடுவார்கள் கொஞ்சநாளைக்கு நீ ஆபீஸ்க்கு லீவு போட்டுட்டு வீட்ல ரெஸ்ட் எடுன்னா ஏன் கேக்க மாட்டேங்கிற? அம்மா ரொம்ப தொல்லை பண்றாங்கன்னா ஒரு மாசம் போய் அவங்க தம்பி வீட்ல இருந்துட்டு வர சொல்லட்டுமா?" பிரபாகரனின் குரலில் அக்கறை தெரிந்தது.

"என்ன பேசுறீங்க அம்மாவால எனக்கென்ன பிரச்சனை? என் மேல அவங்களுக்கு எவ்வளவு ப்ரியம் தெரியுமா அவங்கள போய் இப்படி பேசுறீங்களே".

விஜி சொல்ல புருஷனுக்கு கோபம் வந்தது "வயசாயிடுச்சுல்ல கொஞ்சமாவது புத்தி வேண்டாம் எப்ப பாரு விஜி விஜின்னுட்டு. கேக்குற எனக்கே கோவம் வருது நீ எப்படித்தான் சகிச்சிக்கிறியோ?".

"ஏன் கோவப்படுறீங்க எப்பவும் பழையதை மறக்கக்கூடாதுங்க நாம காதலிச்சப்ப நமக்கு ஆதரவாக இருந்தது யாரு? நான் வீட்டைவிட்டு ஓடிவந்து உங்கள கட்டிக்கிட்டு இந்த வீட்டுக்கு வந்த நாளில் நடந்த கூத்துக்கள் மறந்திருச்சா? எங்க வீட்டு ஆளுங்க வாசலில் நின்று கத்தி கலாட்டா பண்ணினப்போ "இனி இது என் மகள் அவ இங்கதான் குடித்தனம் நடத்த போகிறா. எங்கே எவனுக்காவது தைரியம் இருந்தா என்னை தாண்டி போய் அவளை கொடுங்க பார்க்கலாம்" என சவால் விட்டு வந்தவர்களை விரட்டினார்களே ஞாபகம் இருக்கா? மகள்ன்னு சொன்ன சொல்லை இன்றுவரை காப்பாற்றிக் கொண்டு இருக்காங்களே அவங்களையா கோபிக்கிறீங்க? நீங்க பேசுறது கொஞ்சம் கூட நல்லாயில்லைங்க" விஜி செல்ல கோபம் காட்டினாள்.

"அதில்ல விஜி உனக்கு உடம்பு சரியில்ல நல்ல ரெஸ்ட் எடுக்கணும்ன்னு டாக்டர் சொல்லி விட்ட பிறகும் நீயும் அம்மாவும் இப்படி நடந்துக்கிறதால எனக்கு கோவம் வந்துருச்சு".

"காசு பிடுங்க வேண்டி டாக்டருக என்னத்தையாவது சொல்லி பயங்-காட்டத்தான் செய்வாங்க. அதெல்லாம் எனக்கு ஒன்னும் இல்லைங்க. பாருங்க ஆபீஸ்லயும் வீட்டிலயும் எல்லா வேலைகளையும் எப்பவும் போலத்தான் செய்றேன். பனிக்காலத்தில் எப்பவாவது இருமல், சுவாச கோளாறு, காய்ச்சல், தலைவலி எல்லோருக்கும் வரத்தானே செய்யும் இதுக்கு போய் இப்படி பயப்படுறீங்களே".

"ஐயோ விஜி உன்கிட்ட எப்படி இதைச் சொல்வது என்று தெரிய-லையே சொல்லாமலும் விட முடியாது" சில நிமிட தவிப்புக்கு பின் பிர-பாகரன் "உனக்கு வந்திருக்கிறது சாதாரண வியாதியில்லை புற்றுநோய். அதுவும் நுரையீரல், கல்லீரல் எல்லாத்தையும் முழுசுமா பாதித்திருக்-கிற புற்றுநோய். வெளியே அறிகுறியே தெரியாமல் முத்திப்போய் கடைசி கட்டத்துக்கு வந்த பிறகு தான் நமக்கு தெரிஞ்சிருக்கு" என்று உடைந்த குரலில் ஒவ்வொரு வார்த்தையாக வெளியிட்டான்.

சில வினாடிகள் விஜியின் முகத்தில் அதிர்ச்சி அலைகள் பரவியதை பிரபாகரனால் பார்க்கமுடிந்தது. கொஞ்ச நேர அமைதிக்கு பின் "ஏங்க கவலைப்படுறீங்க அப்படியே கேன்சர் இருந்தாலும் தான் என்ன? இப்ப-தான் பல நவீன மருத்துவ முறைகள் இருக்கே ஈசியா குணப்படுத்திவி-டலாம் என்ன பணம் ரொம்ப செலவாகும்" என்றாள்.

"செலவைப் பற்றி கவலை இல்லை உன் உயிரை காப்பாற்ற முடி-யும்ன்னா நான் எவ்வளவு வேணும்னாலும் செலவு செய்ய தயார். ஆனா அதெல்லாம் வேஸ்ட்ன்னு டாக்டர் சொல்றாரு அதனால" என்று சொல்லி பேச்சை நிறுத்தினான்.

பிரபாகரன் என்ன சொல்லப் போகிறான் என்று விஜி ஆர்வத்துடன் அவன் முகத்தை பார்த்துக் கொண்டிருந்தாள். அவனால் அவளுடைய பார்வையை நேருக்குநேர் எதிர்கொள்ள முடியாமல் சற்றுநேரம் வேறு எங்கேயோ பார்த்துக் கொண்டிருந்தான்.

"என் பேசாம நிறுத்திட்டீங்க" நீண்ட மவுனத்திற்கு பின் பிரபாகரன் தொடர்ந்தான். "அதனால நான் ஒரு முடிவுக்கு வந்திருக்கேன்," "சரி என்ன முடிவெடுத்து இருக்கீங்க?" சஸ்பென்ஸ் தாங்க முடியாமல் விஜயா அவனை நெருங்கி அமர்ந்தாள்.

"நம்ம எல்லோருடைய நலனையும் யோசித்து நான் இரண்டாம் கல்யாணம் பண்ணிக்கலாம்னு முடிவெடுத்திருக்கிறேன்" விஜி மின்சாரம்

தாக்கியதை போல துள்ளி எழுந்தாள். "என்னங்க சொல்றிங்க சும்மா காலங்காத்தால விளையாடாதீங்க".

"விஜி நான் சீரியசாதான் சொல்றேன் சீக்கிரமே வேற கல்யாணம் பண்ணிக்க போறேன்* பிரபாகரன் உறுதியான குரலில் பேசினான்.

தன்னிடம் இவன் ஆலோசனை கேட்கவில்லை தீர்க்கமாக முடிவெ-டுத்து விட்டு தான் பேசுகிறான் என்பதை உணர்ந்து விஜி அமைதி-யானாள். "நல்லா யோசிச்சு பாரு விஜி உன்னையவும் குழந்தையை-யும் வேணுமுன்னா அம்மா பார்த்துக்குவாங்க என்னையும் என்னோட தேவைகளையும் யார் நிறைவேற்றுவது? 35 வயதிலேயே நான் இளமைய தொலைச்சிட்டு சாமியாராட்டம் தனிமரமாய் நிக்கணுமா?".

"ஐயோ கடவுளே எனக்கு ஒன்னும் இல்லைங்க நான் நல்லாத்தான் இருக்கேன். உங்களுடைய எல்லா தேவைகளையும் பூர்த்தி செய்கிற நல்ல உடல் நலத்துடன் தான் இருக்கேன்" கண்ணீர் விட்டபடி அவன் மேல் சாய்ந்து கொள்ள நெருங்கி வர பிரபாகரன் சட்டென்று நகர்ந்து கொண்டான்.

"விஜி எதார்த்தத்தை புரிஞ்சுக்கோ உனக்கு கேன்சர் கடைசி கட்-டத்துக்கு போயாச்சு இத கண்டிப்பா சரி பண்ண முடியாது. வலி, வேதனைய போக்க சில மாத்திரைகளை டாக்டர் கொடுத்திருக்கிறார் அவ்வளவுதானே தவிர எதாலயும் நோயை பூரணமாக குணப்படுத்த முடியாது. ஆரோக்கியமான உடல்வாகு, பரபரப்பாகச் செயல்படும் விதம் இதனால மரணத்தை கொஞ்சம் தள்ளிப் போட முடியுமே தவிர தவிர்க்க முடியாது. அப்படியே ஆயுள் கொஞ்சம் நீடிச்சாலும் உனக்கு இருக்கிற வியாதியை தெரிஞ்சுகிட்டு எப்படி என்னால உன் பக்கத்தில் ஆசையா நெருங்கி வர முடியும். நீ போகுற வரை காத்திருந்து அப்புறமா ஒரு துணைய தேடுறதை விட நீ இருக்கும் போதே ஒரு நல்ல பெண் கிடைச்சா நம்ம எல்லோருக்கும் நல்லது தானே".

"ஏங்க இப்படி விஷயம் புரியாம பேசுறீங்க" விஜி சற்று சத்தமாக அழத்தொடங்கினாள். அவளின் அழுகை சத்தத்தை கேட்ட அம்மா சமையலறையிலிருந்து வேகமாக வெளியே ஓடிவந்தாள். "விஜி என்ன ஆச்சு? ஏன் அழுதுகிட்டிருக்க?" அவளிடமிருந்து பதில் இல்லை.

பதட்டமான அம்மா "டேய் நீயாவது சொல்லு என்ன ஆச்சு நீ ஏதாவது திட்டினியா அவ ஏன் இப்படி அழுதுகிட்டிருக்கிறா?".

"நம்மோட எதார்த்த நிலைமையை சொன்னேன் இவா என்ன-டான்னா தேவையில்லாமல் அழுது ஆர்ப்பாட்டம் பண்ற".

"சரி அப்படி என்னதான் பெருசாக எதார்த்த நிலைய சொன்ன அத முதல்ல சொல்லு".

"வேற ஒன்னுமில்ல விஜிக்கு உடம்பு சரியில்லைல அவளையும் நம் எல்லோரையும் பாத்துக்க ஒரு ஆள் இருந்தா நல்லா இருக்குமேன்னு சொன்னேன்".

"ஆமா அதுவும் சரிதான் நான் கூட வேலைக்கு ஒரு வேலைக்கா-ரியை ஏற்பாடு செய்யலாம்ன்னு நினைச்சுக்கிட்டு இருந்தேன்".

"அம்மா அவர் வேலைக்காரியை பற்றி சொல்லல புதுசா ஒரு வீட்-டுக்காரிய கட்டிக்கணும்ின்கிறார்".

"அடக்கடவுளே என்னடா பிரபா நீ உண்மையிலேயே அப்படி சொன்னியா?".

"ஆமாம்மா நான் சொன்னதுல என்ன தப்பு?" அம்மாவின் முகம் பார்க்க முடியாமல் வேறெங்கோ திரும்பி முணுமுணுத்த குரலில் பதில் சொன்னான். அம்மா கோபத்தின் உச்சிக்கே போனாள். வேகமாக அவனை நெருங்கி வந்து அவன் கன்னத்தில் மாறி மாறி அறைந்தாள்.

"ஏன்டா உனக்கு இப்படி புத்தி போச்சு? அவளை ஆசை ஆசையா காதலிச்சு எல்லோரையும் எதுத்துகிட்டு தானே கல்யாணம் செய்த இவளும் உன்னை மட்டுமே நம்பிதானே உன்னோட வந்தா. அவளை இப்படி நட்டாற்றில் விட்டுவிட்டு வேற ஒருத்திய கட்டிக்க போறேங்கி-றியே நீயெல்லாம் ஒரு மனுஷன் தானா".

"புரியாம பேசாதம்மா நான் என்ன இவள விட்டுட்டு வேற ஒருத்திய கல்யாணம் பண்ணிக்க போறேன்னா சொன்னேன் நம்மையும் முக்கியமா இவளையும் நல்லா பார்க்கிற மாதிரி ஒருத்தியை தானே கட்டிக்க போறேன்னு சொன்னேன். அதுக்குப் போயி இப்படி கத்தி கூப்பாடு போடுற".

"கேணத்தனமா பேசாதடா ஒரு பெண் இரண்டு கணவர்களுடன் ஒரே வீட்டில் வாழ எந்த ஆம்பளையாவது சம்மதிப்பானா? மாட்டான் இல்ல அப்புறம் ஏன்டா புருஷங்காரன் இரண்டு பொண்டாட்டி வெச்சிக்க பொண்டாட்டி சம்மதிக்கணும்ன்னு நினைக்கிறான். எல்லாம் ஆம்ப-ளைங்கற திமிருனாலயா?".

"அம்மா தயவு செய்து அவரை திட்டாதீங்க. அவர்கிட்ட நான் பக்குவமா பேசி புரிய வைக்கிறேன்" அம்மா திண்ணையின் மறுபுறம் போய் அமர்ந்தாள். "சரிங்க உங்க விருப்பப்படியே நான் ஒத்துக் கொண்டாலும் இந்த கண்டிஷன எல்லாம் ஏத்துக்கிட்டு உங்களுக்கு இரண்டாம் தாரமாக வாழ்க்கைப்பட எவளாவது சம்மதிக்கணுமே. இன்னிக்கில இருந்து தேட துவங்கினாலும் எப்படியும் ஆறு மாசம், ஒரு வருஷம் கூட ஆகலாம். அதுக்குள்ள நான் பூரண குணமாகி விடுவேங்க" கண்ணீர் ஆறாக பெருக்கெடுக்க தவிப்புடன் பேசினாள்.

"முட்டாள்தனமா இருக்கு விஜி உன் பேச்சு. உன்ன குணப்படுத்தவே முடியாது என்கிறது தானே பிரச்சினையே. இப்போதைக்கு உன் சம்மதம் தான் எனக்கு தேவை. எனக்கு பெண் கிடைக்கிறதெல்லாம் பிரச்சினையே இல்லை".

"விஜி இவன் பேசுவதை பார்த்தால் ஏற்கனவே எவளையோ ரெடி பண்ணி வச்சுட்டு தான் கடைசியாக வந்து உன்கிட்ட சொல்றான்னு நினைக்கிறேன்".

"ஏங்க அம்மா சொல்றது உண்மையா? ரெண்டு மாசத்துக்கு முன்னாடி நானும் பாப்பாவும் டுவீலரிலிருந்து கீழே விழுந்து காயம் பட்ட போது அவள் காலில் ரத்தம் வந்தத பார்த்து சாதாரணமாக முதலுதவி செய்த நீங்க என் காலில் வீக்கம் இருந்ததை பார்த்து பதறிப்போய் உடனே ராத்திரியே டாக்டர்கிட்ட போகணும்னு ஆர்ப்பாட்டமா அக்கறை காட்டின நீங்களா இப்படி பேசுறீங்க?".

"காலில் ஏற்பட்ட வீக்கங்கிறது வேற உயிர் பிழைக்கவே முடியாதுங்கிறது வேற என் நிலையை புரிஞ்சுக்கோ".

சற்றுநேரம் அமைதி நிலவியது "அப்படின்னா நீங்க அம்மா சொன்னது போல எவளையோ ஏற்கனவே ரெடி பண்ணி வச்சிட்டீங்கன்னு நினைக்கிறேன் அது யாருன்னு சொல்லுங்க".

"எல்லாம் உங்களுக்கு தெரிஞ்ச ஆள்தான். நம்மகூட ஆபிஸ்ல வேலை செய்கிறாளே ஸ்ருதி அவளைத்தான் கட்டிக்கலாம்ன்னு நினைக்கிறேன்".

"அடப்பாவி அவ உனக்கு தங்கச்சி மாதிரிடா அவளும் என் வயித்துல பிறக்காத மகா மாதிரிதாண்டா. அவளைப் போய் பெண்டாள நினைக்கிற ஈனபுத்தி எங்கிருந்துடா உனக்கு வந்துச்சி? " என்றவாறு

அம்மா மீண்டும் அவனை அடிக்க பாய்ந்து வந்தாள். விஜி குறுக்கே வந்து அவளை வீட்டினுள் அழைத்துச் சென்றாள்.

"அம்மா தயவுசெய்து இங்கேயே இருங்க நான் அவரிடம் பேசிக்கி-றேன்" என்று மீண்டும் விஜி வெளியே வந்தாள்.

"எத வச்சி அவ இதுக்கு சம்மதிப்பான்னு நினைக்கிறீங்க? ஏற்கனவே அவகிட்ட இதப்பத்தி பேசி இருக்கீங்களா?".

விஜி சாந்தமாக பேசத் துவங்க பிரபாகரன் சந்தோசமானான். "இதெல்லாம் சொல்லி தெரியணுமா என்ன? சின்ன வயசிலேயே புருஷன பறிகொடுத்தவ. கொஞ்ச நாளாகவே அடிக்கடி என்னைப் பார்க்க வீட்டுக்கு வரதும் ஆபிஸில் தினமும் இரண்டு மூன்று முறையா-வது தேவையே இல்லைனாலும் என் கேபினுக்கு வந்து ரொம்ப நேரம் பேசிக்கிட்டுயிருக்கிறதும் அவள் சம்மதத்தை சொல்லாமல் சொல்லுதே".

"அறிவு கெட்ட மடப்பயலே புருஷனை இழந்தவன்னா எதுக்கும் சம்மதிப்பான்னு இளக்காரமா? அவளுக்கும் ஆசை, பாசம், கௌரவம் எல்லாம் இருக்கும். அன்போட நாலு வார்த்தை பேசினா அவ எதுக்கும் சம்மாதிப்பான்னு ஏண்டா தப்புக்கணக்கு போட்டுறீங்க" அம்மா உள்ளை-றைளிருந்து கத்தியதை பிரபாகரன் பொருட்படுத்தவே இல்லை.

"கடவுளே ஏங்க எல்லாத்தையுமே தப்பு தப்பா புரிஞ்சுகிறிங்க அவங்-களும் நம்மள மாதிரி குடும்பத்தை எதிர்த்து காதல் திருமணம் செய்-தவங்க அதனால இரண்டு குடும்பத்து பக்கமும் ஒட்டாமல் தனித்து வாழ்ந்தவங்க போன வருஷம் விபத்துல புருஷனை பறிகொடுத்துவிட்டு இப்ப தனியாளா நிக்கிறாங்க. நாமும் அவங்களை மாதிரிதான்னு தெரிஞ்ச பின்னாடி நம்மகிட்ட நெருங்கிப் பழகுகிறாங்க. நீங்களும் ஸ்ரு-தியும் ஆபிஸர் கிரேடில் இருக்கிறதால உங்களுக்கான கேபின் மூன்றா-வது மாடியில அடுத்தடுத்து இருக்கு அதனால எதேச்சையாக உங்களை பார்க்க வந்திருப்பாங்க. நம்ம அம்மா மேல உயிரையே வச்சிருக்காங்க. அதனால நேரம் கிடைக்கும் போதெல்லாம் அம்மாவை பார்க்க வர்-றாங்க. உங்க கால்ல விழுந்து கேட்டுக்கறேன் தயவுசெய்து அவங்ககிட்ட போயி எதையாவது பேசி அசிங்கப்படுத்தாதீங்க" என்றவள் சட்டென்று அவன் காலில் விழுந்தாள். விஜியின் கை தன்மேல் படாதபடி பிரபாகர-ரன் சட்டென்று பின் நகர்ந்தான்.

"தேவையில்லாம என்ன தொடர வேலையெல்லாம் வச்சிக்காத எனக்கு ரொம்ப அருவருப்பாயிருக்கு. ராத்திரியெல்லாம் உன்கூட ஒரே கட்டிலில் படுத்து உறங்க நான் படுற பாடு அந்த கடவுளுக்குத்தான் தெரியும். என் ராத்திரி தூக்கம் போய் எத்தனை நாள் ஆச்சு தெரி-யுமா?"

இதைக் கேட்டதும் அம்மா பத்திரகாளி போல ஆவேசத்தோடு வேக-மாக ஓடிவந்து அவனை வெளியே தள்ளிவிட்டாள். இதை எதிர்பாராத பிரபாகரன் படிகளில் தடுமாறி வாசல் கேட்டில் சரிந்தான்.

"யாரை பார்த்து என்ன வார்த்தை சொன்ன? அவ தொடுறது உனக்கு அருவருப்பா இருக்கா. நீ சொன்ன இந்த வார்த்தைக்காக நான் ஒரு உண்மைய சொல்றேன் கேளு".

"ஐயோ அம்மா அவர்தான் புத்திகெட்டு பேசுறார்ன்னா நீங்களுமா இப்படி? கொஞ்சம் அமைதியாயிருங்க அவர் என்னை தானே பேசினார் பேசிட்டு போகட்டும் விடுங்க".

"இல்லை இனி இவனை இப்படியே விடக்கூடாது. கேன்சர் கேன்-சர்ன்னு கூவுறியே அது இவளுக்கு இல்லடா உனக்கு தான்" இதை கேட்டவுடன் பிரபாகரன் அப்படியே இடிந்து போய் திண்ணையில் வந்து அமர்ந்தான்.

"அன்னைக்கு இந்த வருஷத்துக்கான ஹெல்த் செக்கப்புக்காக நம்ம குடும்பம் டாக்டர்கிட்ட போனப்ப நீ இறுமுவதை பார்த்து சந்தேகப்பட்ட டாக்டர் இவளிடம் சொல்ல இத யாருக்கும் சந்தேகம் வராத வகையில் எல்லோருக்குமே பயாப்சி டெஸ்ட் எடுக்கிற மாதிரி எடுக்கச் சொன்-னாள். அப்பத்தான் இந்த விஷயம் இடியாக வந்து தலையில் இறங்-கியது. ஆனாலும் இது உனக்கு தெரிஞ்சா மனசு உடைஞ்சு போய்-டுவன்னு நினைச்சு உன்னுடைய ரிசல்ட்ட தன்னுடையதுன்னும் தனக்-குத்தான் கேன்சர்ன்னும் சொல்லி ஏமாத்திக்கிட்டிருக்கா. அவளுக்குத்தா-னென்னு நினைச்சு அசால்டா நீயும் அந்த மெடிக்கல் ரிப்போர்ட் பைலை வாங்கி கூட பார்க்காமலிருக்க.

அந்த பொண்ணு ஸ்ருதிக்கு மட்டும் இந்த விஷயத்தை சொன்-னோம். ஏன்னா அவளோட அண்ணன் சென்னையிலேயே தலைசிறந்த புற்றுநோய் சிறப்பு நிபுணர். தன் கணவனை பறிகொடுத்த போது கூட தன் வீட்டாரை அனுமதிக்காத ஸ்ருதி உனக்காகவே அவர்கிட்ட பேசி

அப்பாயின்மென்ட் வாங்கி வச்சிருக்கா. தற்போது அமெரிக்காவில நடக்-
கிற ஒரு கான்பிரன்சுக்காக போயிருக்காரு வர இன்னும் பத்து நாளா-
கும். ஆபீஸ்ல இருக்கும்போது உனக்கு ஏதாவது மருத்துவ உதவி
தேவைப்படுதான்னு பார்க்கிறதுக்காகத்தான் அடிக்கடி உன்னோட கேபி-
னுக்கு வாறா. அவ ஏன் உன்னை அடிக்கடி வந்து பார்த்தான்னும்
அன்போட பேசினான்னும் இப்ப புரிஞ்சுதா. அதுவரை இந்த உண்மை
உனக்கு தெரியாதபடி பார்த்துக்கனுமின்னு விஜி படுகிறபாடு எனக்குதான்
தெரியும். எங்கே உன் பக்கத்துல அதிக நேரம் இருந்தா பேச்சுவாக்கில்
ஏதாவது சொல்லிட்டுவோமோங்கிற பயத்திலதான் எப்போதும் என்னோட-
டவே இருக்கா. இப்படிப்பட்டவளைப் போய் அருவருப்பா இருக்குன்னு
சொல்லிட்டியேடா உன் மூஞ்சிய பார்க்கவே எனக்கு பிடிக்கல போடா
வெளியே இனி நீ எக்காரணத்தைக் கொண்டும் இந்த பக்கம் வந்து-
டாதே" கேட்டைத் திறந்து வெளியே கையை காட்டினாள்.

"அம்மா என்ன மன்னிச்சிடுங்க" என்று அம்மாவின் காலில் விழுந்-
தான். அம்மா நகர்ந்து போய் திண்ணையில் அமர்ந்தாள்.

"டேய் வாழ்க்கை என்கிறது கண்ணாடி மாதிரி அதிலும் மனை-
விங்கிறவ ஒரு மாய கண்ணாடி மாதிரி. அவளுக்கு முன்னாடி சின்ன
புன்னகையோடு வந்தா பலமடங்கு குதுகலமாகிற மாதிரி பிரதிபலிப்பா.
பயங்கர கோபத்தோடு வந்து நிக்கிறவன அமைதியானவனாய் மாற்று-
வாள். அவள் முன் நிற்கும்போது உன்னுடைய துக்கத்தை எல்லாம்
உறிஞ்சி எடுத்து விடுவாள். ஆனா இந்த அற்புத கண்ணாடியை வேண்-
டாமுன்னு உடைச்ச உன்ன என்ன செய்றது? எங்கே இத பழையபடி
ஒட்டு பார்க்கலாம்".

"வெரி சாரி விஜி என்னை மன்னிச்சுடு நான் ஏதோ புத்தி கெட்-
டத்தனமா பேசிட்டேன். ஆனா உன் மேல எவ்வளவு அன்பு வெச்சி-
ருக்கேன் தெரியுமா?"

"எதுங்க அன்பு? உங்களுக்கு இன்னும் அன்பு, காதல், பாசம் அப்-
படின்னா என்னன்னே புரியலையினு நினைக்கிறேன். ஒரு சோதனை
வந்தா அதை தைரியமா எதிர் கொள்ளாமல் தப்பிக்க பார்க்கிறவங்க-
ளுக்கு ஏதுங்க அன்பு பாசமெல்லாம்?. பிறப்பிலிருந்து இறக்கிற வரை
உள்ள வாழ்க்கை பயணத்தில் நம்மோடு வர்ற சிறிய நூலிழையில்
சோதனை என்கிற சின்ன சின்ன முடிச்சிகள கடவுள் அங்கங்க போட்டு

வச்சிருக்கார். நாம அதை எப்படி எதிர் கொள்கிறோம் என்பதில் தான் மிச்ச பயணம் இருக்கு. கொஞ்சம் பொறுமையா நிதானமா ஒவ்வொரு முடிச்சாக அவிழ்த்து கணக்குகளை நேர் பண்ணிக்கிட்டே போறது தான் வாழ்க்கை. ஆனால் நீங்களோ உங்களுடைய ஒரே வார்த்தைல முடிச்ச அவிழ்க்கிறதுக்கு பதில் நூலையே அறுத்துட்டிங்க இந்த பயணம் இதோட நிறைவடைந்தது. கடவுளின் கணக்கு வேற மாதிரி இருந்து என்னைக்காவது மீண்டும் நாம் சந்திக்கிற மாதிரி அமைந்தா அப்ப சந்-திக்கலாம்'' என்று கூறி விஜி அமைதியாக உள்ளே போனாள்.

3

யாரோ யாரோடு யாரோ

தூரத்தில் வரும் ஜீப்பின் ஒசையைக் கேட்டவுடன் அலுவலகம் பரபரப்பானது. சில காவலர்கள் சுறுசுறுப்பாகி வழியில் நின்றவர்களை அகற்றினர். சென்ட்ரீகள் இருவரும் தோளில் துப்பாக்கியை விரைப்பாக பிடித்தனர். ஜீப்பில் இருந்து எஸ்பி உமா இறங்கிவர துப்பாக்கியை அசைத்து உயர்த்திப் பிடித்து சல்யூட் அடித்தனர். அதை தலையசைத்து ஏற்று படிகளில் ஏறி வராண்டாவில் நடந்தார்.

திடிரென்று கும்பலில் நின்றிருந்த ஒரு இளம்ஜோடி ஓடிவந்து உமா-வின் காலில் விழுந்து "அம்மா எங்களை நீங்கதான் காப்பாத்தணும்" என்று கதறி அழுதனர். சற்று திகைத்துப்போன உமா ஆத்திரத்துடன் அருகிலிருந்த காவலர்களை பார்க்க பதறிப்போன சில காவலர்கள் ஓடி வந்து அவர்களை இழுத்து அப்புறப்படுத்தினர்.

சில நிமிடங்கள் கழித்து எஸ் பி அழைக்க அந்த இளஞ்ஜோடிகள் அறைக்குள் வந்தனர். "யார் நீங்க? என்ன பிரச்சனை?" உமாவின் குர-லில் கோபம் குறையாமலிருந்தது. "அம்மா நாங்கள் இருவரும் கல்-லூரி காலத்திலிருந்து காதலிக்கிறோம். ரெண்டு பேரும் வேறவேற ஜாதி. விஷயம் தெரிஞ்சதிலிருந்து வீட்டில பயங்கர எதிர்ப்பு. எங்களை பிரிக்க முயற்சிக்கிறாங்க. இவர் இல்லாம என்னால உயிரோடு இருக்க முடி-யாது".

அந்தப் பெண் சொல்லி முடிப்பதற்குள் உமா ஆத்திரமாக "செத்-துப்போடி இவன் இல்லாம உயிர் வாழ முடியாதுன்னா தாராளமா செத்-

துப்போ. கண்ணுக்கு முன்னால நிக்காம எங்காவது போய் செத்து தொலை. உன்னைப்போன்ற பொண்ணுங்கல்லாம் என்னத்துக்கு பூமிக்கு பாரமா வாழணும்" கத்தினார்.

ஒரு பெண் அதிகாரி தன் மேல் இரக்கம் காட்டுவார் என நினைத்து முதலில் பேசத் துவங்கிய பெண் விக்கித்துப் போனாள். "ஏதோ படிக்கப் போன இடத்தில பார்த்தீங்க, பழகினீங்க, ஊர் சுத்துனீங்க எல்லாம் சரி வயசுக்கோளாறுன்னு விட்ரலாம். கல்யாணம்னு வரும்போது பெத்தவங்க சொல்றத கேக்குறதுதானே பிள்ளைகளுக்கு அழகு. அதை விட்டுட்டு வீட்டை விட்டு ஓடுறது கல்யாணம் பண்ணி வையுங்கன்னு போலீஸ் ஸ்டேஷனிலயும் ரிஜிஸ்டர் ஆபீஸ்லயும் போய் நிக்கிறதெல்லாம் அசிங்-கம் பிடித்த வேலை. பெற்று கஷ்டப்பட்டு வளர்த்து ஆளாக்கினவங்-ளுக்கு தன் பிள்ளைக்கு பொருத்தமானவனை தேடி கல்யாணம் பண்ணி வைக்க தெரியாதா?. போங்க போயி அவங்கவங்க வீட்டில சொல்றபடி கேளுங்க".

ஆதரவு தேடி வந்தவர்கள் தர்ம அடிவாங்கியவர்களாக நிலைகு-லைந்து நிற்க "மகேஷ் இரண்டு பேர்கிட்டயும் அட்ரஸ், போன் நம்பர் வாங்கி பெத்தவங்கள வரச்சொல்லி சமாதானம் பேசி எழுதி வாங்கிட்டு அனுப்பு" என உதவியாளரிடம் உத்தரவிட்டார்.

அவர் இளஞ்ஜோடியை வெளியே அழைத்துக்கொண்டு போக ஒரு நடுத்தர வயதைத் தாண்டிய தம்பதி உள்ளே வந்து வணங்கியது. "என்ன" என்பது போல் உமா பார்வையாலே வினவ "அம்மா கடைவீ-தியில இருக்கிற ஒரு துணிக்கடையில வேல பார்த்துகிட்டு இருந்த எங்க பொண்ண நாலு நாளா காணலை. எல்லா இடத்திலேயும் தேடிட்டோம். எங்க ஏரியா போலீஸ் ஸ்டேஷனிலயும் புகார் கொடுத்திருக்கோம். ஒரு தகவலும் இல்லை கேட்கும்போதெல்லாம் தேடிட்டு இருக்கோம் ஏதாவது தகவல் தெரிஞ்சா சொல்றோமுன்னு சொல்லி எங்களை விரட்டியடிக்கி-றாங்க" என்று அந்த தகப்பன் சொல்லி முடிப்பதற்குள் உமா ஆவேச-மாக தன் இருக்கையை பின்னுக்குத்தள்ளி வேகமாக எழுந்தாள்.

"என்னையா நெனச்சுக்கிட்டு இருக்கீங்க போலீஸ்னா என்ன உங்க வீட்டு வேலைக்காரன்னா? உன் மக பெரிய மகாராணி அவளைக் காணும்ன்னு நீ வந்து சொன்னவுடனே உள்ள வேலையெல்லாம் விட்-டுட்டு நாங்க படை பட்டாளத்தை திரட்டிக் கொண்டு போய் அவளை

தேடணும். எங்களுக்கு வேற வேலை சோலி இல்ல பாரு. பொட்ட பிள்-
ளைய அடக்க ஒடுக்கமா ஒழுங்கா வளர்க்க துப்பில்ல போலீஸ் மேலயே
புகார் சொல்றதுக்கு இங்க வந்துட்டாரு. போய்யா போய் அவ கடைசியா
யார்யாரு கூட சுத்திக்கிட்டு இருந்தான்னு விசாரிச்சுப் பாரு. அதுல
யாராவது ஒருத்தன் கூடத்தான் ஓடிப்போய் இருப்பா''.

தகப்பனின் முகம் அவமானத்தில் சிவந்தது தாய் சேலை தலைப்பால்
வாயை மூடிக்கொண்டு அழுதாள். "என் மக அப்படிப்பட்டவ இல்ல.
இது அவ வாழ்க்கை மட்டுமல்ல அவளுக்கு கீழே இரண்டு தங்-
கச்சிகளுக்குமானதுன்னு சொல்லிக் கொடுத்துதான் வளர்த்திருக்கோம்
அதனால எந்த தப்பும் என் மக கண்டிப்பா செய்யமாட்டா''.

"இது எல்லா பெத்தவங்களும் சொல்ற டயலாக் தான். பிள்ளைங்க
மேலயிருக்கிற குருட்டு நம்பிக்கையில இப்படி பேசிட்டு வர்ற எல்லோரும்
அப்புறமா மக வயித்த தள்ளிக்கிட்டு வந்து நிக்கையிலே கேச வாபஸ்
வாங்கிக்கிறேன்னு வந்து நிப்பீங்க. என் சர்வீஸ்ல இதுபோல பலநூறு
கேசுகளை பாத்துட்டேன். யோவ் மகேஷ் இது எந்த ஸ்டேஷன்னு
பார்த்து எஸ்ஜே கிட்ட சீக்கிரமா விசாரிக்கச் சொல்லு'' தம்பதியர் உமா-
வுக்கு மௌனமாக கைகூப்பி வணக்கம் சொல்லி வெளியேறினார்.

"ச்சே என்னது காலங்காத்தால இப்படிப்பட்ட கேசுகளா வந்து கழுத்-
தறுக்குதே'' என்று முணுமுணுத்தபடி இருக்கையில் சாய்ந்து அமர்ந்தார்.

சற்று நேரத்துக்குப் பின் கதவைத் தட்டி அனுமதி கேட்டு உள்ளே
வந்து மகேஷிடம் "ஆயுதப்படைலிருந்து லோக்கல் போலீஸ் ஸ்டே-
ஷனுக்கு புதுசா மாற்ற இருக்கிற அந்த ஐந்து பேரை இங்க வரச்
சொல்லுங்க''.

"எஸ் மேடம்'' என்று வெளியேறிய மகேஷ் சற்று நேரத்தில் ஐந்து
காவலர்களுடன் உள்ளே வந்தார். அவர்கள் உள்ளே வந்தவுடன் "நீங்-
கள் போகலாம்'' என்று உதவியாளரை வெளியே அனுப்பினார்.

எஸ்பி முன் காவலர்கள் விரைப்பாக நின்றார்கள். "நீங்க அஞ்சு
பேர் தான் நாளைக்கு லோக்கல் ஸ்டேஷனுக்கு போறவங்களா?'' என்ற
கேள்விக்கு "எஸ் மேடம்'' என்று ஒருமித்த குரலில் பதில் வந்தது..

"ஆயுதப்படைப் பிரிவு என்பது வேறு சட்டம் ஒழுங்கு லோக்கல்
போலீஸ் வேலை என்பது வேறு. இரண்டுக்கும் நிறைய வித்தியாசமி-
ருக்கு. இதுநாள் வரையும் ஆயுதப்படை பிரிவில் நல்லபடியா பயிற்சி

முடிந்து இப்ப லோக்கல் ஸ்டேஷனுக்கு போறீங்க. குற்றப்பிரிவு விசாரணையில் எப்படி ட்ரெய்னிங் எடுத்து இருக்கீங்க என்று உங்களுடைய தகுதியை சோதிக்க இன்னைக்கு ஒரு டெஸ்ட் வைக்கப் போறேன். அதை முடிச்சுட்டு நாளைக்கு நல்லபடியா லோக்கல் ஸ்டேஷனுக்கு போங்க" என்றார்.

தன் மேசையிலிருந்த ஒரு பைலிலிருந்து சில பேப்பர்களை வெளியே எடுத்தார். ஒவ்வொருவரிடமும் ஒரு பேப்பரை கொடுத்தார். அதில் ஒரு பெயரும் முகவரியும் இருந்தது.

"இதுல இருக்கற நபரையும் அவருடைய வேலை, குடும்ப பின்னணி பற்றிய முழுவிவரமும் இன்று மாலையே வேணும். முடிந்தால் அவரையும் குடும்பத்தையும் அவங்களுக்கு தெரியாமலேயே போட்டோ எடுத்துட்டு வாங்க. இது ஒரு பொம்பளபுள்ள விஷயத்துக்கான ரகசிய விசாரணை. நம்ம ஆறு பேரை தவிர வேறு யாருக்கும் தெரியக்கூடாது. மாலை 6 மணிக்கெல்லாம் விசாரித்து முடித்து நேராக என்னிடம் வந்து ரிப்போர்ட் செய்யுங்க ஓகே" என்றார்.

"போகும்போது யூனிபார்மில் போகவேண்டாம். போலீஸ் என்பதை வெளியே காட்டிக் கொள்ள வேண்டாம். இது ரொம்ப சீக்ரெட்" இதை அழுத்தம் திருத்தமாய் கூறினார் எஸ்பி.

"எஸ் மேடம்" என்று ஒரே குரலில் கூறி சல்யூட் அடித்து வெளியேறினர். நான்கு நாள் ஆகிவிட்டது எப்படியும் இன்று அவளை கண்டுபிடித்தே ஆகவேண்டும் என்று யோசனையில் ஆழ்ந்தார்.

மாலை ஆறு மணிக்கு சரியாக ஐந்துபேரும் வந்திருந்து எஸ்பி யின் அறை முன் காத்திருந்தனர். அவர்கள் வந்திருப்பதை உதவியாளர் உள்ளே வந்து கூறியவுடன் அவர்களை ஒவ்வொருவராக உள்ளே அனுப்பும்படி கூறினார்.

முதலாவது காவலர் உள்ளே வந்து சல்யூட் அடித்தவுடன் "சொல்லுங்க நீங்க யார் வீட்டுக்கு போனீங்க".

"மேடம் நான் சக்திவேல் என்பவருடைய வீட்டுக்கு போயிருந்தேன் வயது 25 .அவருடைய தகப்பனார் பெயர் கிருஷ்ணராஜ் அம்மா பெயர் பார்வதி ஒரு தம்பியும் ஒரு தங்கையும் இருக்கிறார்கள். இருவரும் படித்துக் கொண்டிருக்கிறார்கள். சக்திவேல் சொந்தமாக காய்கறி கடை வீட்டின் முன் பகுதியிலேயே வைத்திருக்கிறார். வீடு சொந்த வீடு அக்கம்

பக்கத்தில் விசாரித்ததில் நல்லபையன் என்று சொல்கிறார்கள். எந்த ஒரு தப்பு தவறும் செய்யாதவர் என்று பெயரெடுத்தவர். நான்கு தினங்களுக்கு முன்பு தான் அவர் தாய் மாமா மகளை நிச்சயதார்த்தம் செய்திருக்-கிறார்கள். இன்னும் 15 நாட்களில் திருமணம். நான் போயிருந்தபோது அவனுடைய அப்பா அம்மா பத்திரிக்கை கொடுக்க வெளியூர் போயி-ருந்தனர். அதனால் சக்திவேல் அவருடைய தம்பி தங்கை அவர்களை மட்டும் படம் எடுத்திருக்கிறேன்” என்று சில போட்டோக்களை தன்-னுடைய போனில் காண்பித்தார் காவலர். அதில் சக்திவேல் காய்கறி கடையில் அமர்ந்திருந்தது போலிருந்த படத்தை பார்க்கும் போது உண்-மையிலேயே சக்திவேல் தப்பானவனாக தோன்றவில்லை. “இந்த போட்-டோக்களை என்னுடைய வாட்ஸப் நம்பருக்கு ஃபார்வேர்டு செய்யுங்கள்” என்ற எஸ்பி “ஃபார்வேர்டு செய்தபின் இந்த விவரங்களை அழித்துடுங்க நீங்கள் போகலாம்” என்று அனுப்பி வைத்தார்.

இரண்டாவது காவலர் வந்து சல்யூட் அடித்தது “மேடம் நான் ராம்-குமார் வீட்டிற்கு போயிருந்தேன். அவனுக்கு வயது 25. அப்பா இல்லை அம்மா சிவகாமி மட்டும் உள்ளார். திருமணமான 2 அக்கா இருக்கிறார்-கள். ராம்குமார் இப்போது லோடு ஆட்டோ ஓட்டும் டிரைவராக இருக்-கிறார். ஆட்டோ வேறு ஒருவருடையது. இவன் வாடகைக்கு எடுத்து ஓட்டுறான். குடி பழக்கமிருக்குன்னாலும் ஏரியாவில் பெரிய அளவில் கெட்ட பெயர் இல்லை. நிரந்தர வருமானம் இல்லாதவன் ஒரு அரசி-யல் கட்சியில பொறுப்புக்கு வர துடிச்சிக்கிட்டுருக்கான். இன்று மதியம் சாப்பாட்டுக்கு வந்த போது எடுத்த புகைப்படம் இருக்கு” என்று அவர் எடுத்த சில போட்டோக்களை எஸ்பியிடம் கொடுத்தார். வாங்கிப் பார்த்-தவர் “இந்த விவரங்களை என்னுடைய வாட்ஸ் அப்புக்கு அனுப்புங்-கள்” என்று சொல்ல அவர் அதை செய்தார். “இதையெல்லாம் அழித்-துவிடுங்கள். நாளைக்கு உங்களுடைய ஸ்டேஷன்ல போய் டூட்டியில் ஜாயின் பண்ணி நல்ல பேரு வாங்குங்க” என்றார். அந்த காவலர் அங்-கிருந்து நகர அடுத்தவர் அழைக்கப்பட்டார்.

மூன்றாவது காவலர் வந்து மரியாதை நிமித்தமான சல்யூட் அடித்-தார். “மேடம் நான் பாலமுருகன் என்பவரை விசாரித்து வந்திருக்கி-றேன். அவர் வயது 24. திருமணமானவர் மனைவி பெயர் வேணி. அப்பா பெயர் முனுசாமி அம்மா பெயர் ருக்மணி தற்போது ஒரு பிரைவேட்

கம்பெனியில் வேலை செய்து வருகிறார். அவருடைய மனைவி கர்ப்ப-மாக இருக்கிறார். கல்லூரியில் படித்த காலத்தில் பெண்கள் விஷயத்தில் இவருக்கு நிறைய கெட்ட பெயர் இருந்திருக்கிறது. திருமணத்துக்குப்-பின் அமைதியாக குடும்பம் நடத்தி வருகிறார் என்று அக்கம்பக்கத்தி-னர் சொல்கிறார்கள் அவர்களுடைய குடும்ப புகைப்படத்தை என்னு-டைய மொபைலில் படம் எடுத்துள்ளேன்" என்றார். அவரிடம் இருந்தும் படங்களை பெற்றுக்கொண்ட எஸ்பி அடுத்தவரை அழைத்தார்.

நான்காவதாக வந்து காவலர் "குட்ஈவினிங் மேடம் நான் விக்னேஷ் என்பவரை பற்றிய தகவல்களுடன் வந்திருக்கிறேன். வயது 24 அப்பா பெயர் கணபதி அம்மா இல்லை. இன்னும் திருமணமாகவில்லை. இவன் மேல் பல வழக்குகள் நம்ம p1 ஸ்டேஷன்ல இருக்கு. தற்போது ஒரு வழிப்பறி கேஸில் சிக்கி செங்கல்பட்டு சிறையில் இருக்கிறார். வீட்டில யாருமில்லை என்பதால் போட்டோ எடுக்க முடியவில்லை" என்றார். அவரை போகச் சொல்லிவிட்டு அடுத்த காவலரை அழைத்தார்.

கடைசியாக வந்த காவலர் சல்யூட் அடித்து "மேடம் நான் பாலாஜி என்பவரை விசாரிக்க போயிருந்தேன். அந்த முகவரியில் வீடு பூட்டி இருந்தது. அக்கம்பக்கத்தில் விசாரிக்கும்போது அது வாடகை வீடு என்-றும் அவர் போன வாரம் வேறொரு இடத்தில் புதிதாக பெரிய வீடு ஒன்றை வாடகைக்கு எடுத்து இருக்கிறார் ஆனால் இன்னும் குடி-யேறவில்லை. அந்த வீட்டிலும் ஆட்கள் யாருமில்லாமல் பூட்டிக்கி-டக்கு. அவருக்கு அப்பா இல்லை அம்மா பெயர் மாரியம்மாள். கடந்த சில மாதங்களாக ஒரு வசதியான வீட்டுப் பெண்ணுடன் அவர் சுற்-றிக் கொண்டிருப்பதாக தகவல். டிப்ளமோ சிவில் இன்ஜினியரிங் முடிச்-சிட்டு கட்டிட வேலை செய்தவர் தற்போது சொந்தமாக இரண்டு இடங்-களில் காண்ட்ராக்ட் முறையில் கட்டிட பணி செய்து கொண்டிருக்கிறார். ஓரளவு வசதிபடைத்தவர். உறவினர் வீட்டிலிருந்து அவருடைய புகைப்-படத்தையும் அவருடைய அம்மாவின் படத்தையும் வாங்கி வந்திருக்கி-றேன்" என்று கூறினார். அதை கையில் வாங்கி கொண்ட எஸ்பி அந்த காவலரை அனுப்பி வைத்தார்.

அனைவரையும் அனுப்பிய பின் தனித்திருந்த எஸ்பி உதவியாளரை அழைத்து வேறு யாரையும் உள்ளே அனுமதிக்க வேண்டாம் என்று கூறிவிட்டு ஐந்து காவலர்களும் தந்திருந்த தகவல்களை மனதிற்குள்

அசை போட்டார். இதை யார் செய்திருப்பார்கள் என்று அவருடைய போலீஸ் புத்தி சிந்திக்க தொடங்கியது.

முதலாவதாக உள்ள காய்கறி கடைக்காரன் திருமணம் நிச்சயமானபின் இதை செய்திருக்க வாய்ப்பில்லை தற்போது உள்ளூரில் தான் இருக்கிறான். இரண்டாவது உள்ளவன் திருமணம் ஆகவில்லை என்றாலும் அரசியல்வாதி பொது வாழ்க்கையில் அடியெடுத்து வைக்கும் இந்த சமயத்தில் பேரைக் கெடுத்துக் கொள்ளமாட்டான். அதுவும் இது எவ்வளவு ஆபத்தானதுன்னு தெரிஞ்சுக்கிட்டு கண்டிப்பா செய்ய மாட்டான்.

மூன்றாவது நபருக்கு திருமணமாகிவிட்டது லைஃபில் செட்டிலானவன். இப்போதும் வீட்டில் இருக்கிறான் அவன் செய்ய சான்சே இல்ல. நாலாவது நபர் சிறையில் இருக்கிறான். அதனால அவனும் அந்த வேலையை செய்திருக்க மாட்டான்.

அப்ப இதை செய்தது அஞ்சாவது நபர் தான் அவன கொஞ்சம் டிடெல் ஆக பார்க்க வேண்டும் மனது குமுறியது. நாலு நாளா கவிதா விஷயம் சுழற்றியடித்த புயல் போலயிருக்குது.

இன்று காலையில்தான் கவிதாவின் பழைய டைரிகள் சிக்கியது. அதில் தேடியபோது கிடைத்த பெயர், முகவரிகளை தான் காலையில் விசாரணைக்கு காவலர்களிடம் கொடுத்தனுப்பியது.

நாலு நாளா வெளியே யாருக்கும் தெரியாமல் விசாரித்ததில் கிட்டத்தட்ட யாருன்னு கண்டுபிடிச்சாச்சி. இனி இதே மாதிரி கழுக்கமா அவளை வீட்டுக்குக் கொண்டுவர்ற வேலையை பார்க்கணும் என்று யோசித்தவாறு கழிவறைக்குச் சென்று கண்ணாடியில் முகம் பார்க்க "உன் மகளை ஒழுங்காக வளர்க்க துப்பில்ல ஊருக்கு உபதேசம் பண்ணிக்கிட்டு இருக்கியே வெட்கமா இல்ல" என்று அவள் உருவமே அவளை கேலி செய்தது.

"கவி எனக்கு ரொம்ப பயமா இருக்கு நாம மட்டும் உங்க அம்மா கையில கிடைச்சா அவ்வளவுதான். உன்னை என்ன செய்வாங்களோ தெரியவில்லை ஆனா கண்டிப்பா என்னை அடித்தே கொன்னுருவாங்க உன் பேச்சைக் கேட்டு நான் அவசரப்பட்டு இந்த காரியத்தை செய்திருக்கக் கூடாது" அப்பாவி கார்த்திக் கிட்டத்தட்ட அழுகின்ற குரலில் சொன்னான்.

"டேய் கார்த்திக் வீட்டை விட்டு ஓடி போகிற பொண்ணுங்க வழக்கமா பேசுற டயலாக்க 25 வயசான கம்பீரமான ஆம்பளயான நீ நாலு நாளா இதையே எத்தனை முறைதான் சொல்லுவ. சரி திரும்பவும் இதற்கான பதில் நான் சொல்றேன். உனக்கு என்ன பிடிச்சிருக்கு எனக்கு உன்ன ரொம்ப ரொம்ப பிடிச்சிருக்கு தட்ஸ்ஆல் இதுக்கு மேல வேற எதுக்கும் நாம கவலைப்பட வேண்டியதில்லை. இது ஒண்ணும் நம்ம ஊரு இல்லை சென்னை சிட்டி. இங்கே அடுத்த வீட்டில இருக்கிறவங்க யாருன்னு கூட யாருக்கும் தெரியாது. கடந்த ஒரு மாசமா நாம பேசிக்கிட்டது கூட வேறவேற பேர்ல வாங்குன நம்பர் மூலமாத்தான். அதனால அம்மாவுக்கு தெரிஞ்ச என்னோட நம்பரின் கால் லிஸ்ட் செக் பண்ணினால் கூட எதுவும் கிடைக்காது. அம்மா எக்காரணம் கொண்டும் வெளிப்படையாக விசாரிக்க மாட்டாள். அப்படியே அவளுக்கு வேண்டியவங்களை கொண்டு விசாரித்தாலும் நாம சிக்காதபடி சில தப்பான வீடுகளை என்னோட டைரிகளில் எழுதி வச்சிருக்கேன். அதை வச்சு அவங்க விசாரணை தப்பான வழியில் தான் போயிட்டு இருக்குமே தவிர நம்மள கண்டுபிடிக்கவே முடியாது நீ வீணா பயந்து நடுங்காத" கவிதா அலட்சியமாக பதிலளித்தாள்.

"நீ என்னதான் சமாதானம் சொன்னாலும் உங்க அம்மாவை நினைக்கயில என் உடம்பு தன்னால நடுங்குது. சரி இனி என்ன செய்றது? எங்கேயாவது வேலைக்கு போகலாமுன்னு பார்த்தா சர்டிபிகேட்டை கூட எடுக்காம வந்துட்டேன்".

"ஏன்டா நம்ம ஊர்லயே உக்காந்துகிட்டு சென்னையில் வீடெல்லாம் பார்த்து ரெடி பண்ணின நான் அதை யோசிக்காமல் இருப்பேனோ? இதோ பார்" என்று தன்னுடைய பெரிய பேக்கின் உள்ளே துணிகளுக்கு மத்தியில் மறைவாக இருந்த ஒரு சிறிய பேக்கை வெளியே எடுத்து காண்பித்தாள். அதில் கட்டுக்கட்டாக பணமும் நகைகளும் இருந்தன.

"எல்லாம் எங்க அம்மா லஞ்சமா வாங்கி குவித்தது தான். அதிலிருந்து கொஞ்சத்தை அடிச்சிட்டு வந்துட்டேன். இதை வச்சு நம்முடைய புது வாழ்க்கையை தொடங்குவோம் எப்படி நம்ம ஐடியா? கொஞ்சம் பொறு குளிச்சிட்டு வந்துடறேன். நீயும் ரெடியாகு நாம வெளியே ஷாப்பிங் போறோம்".

அவள் குளியல் அறைக்குள் போக கார்த்திக் பண பையுடன் வெளி-யேறினான். "ஏதாவது ஒரு பணக்கார பொண்ணா பார்த்து கரெக்ட் பண்ணி வாழ்க்கையில செட்டிலாகனும்னு நினைச்சேன். இவளா வந்து சிக்கிக்கிட்டா. இவளுக்கு தான் பெரிய புத்திசாலின்னு நினைப்பு என்னை பத்தி எதையும் தெரிஞ்சிக்காம என்னோட அப்பாவி நடிப்ப நம்பி ஏமாந்து தானாகவே ஏதேதோ பிளான் பண்ணி என்கிட்ட வந்து வகையா மாட்டிக்கிட்டா.

தெரிஞ்சோ தெரியாமலோ பெரிய அதிகாரி வீட்டிலேயே கை வச்-சிட்டோம் இதுக்குமேல இவ கூட இருக்கிறது ஆபத்து. கிடைக்கிறத வச்சு நம்ம சொந்த ஊருக்கு போய் செட்டிலாக வேண்டியதுதான். இவ்-வளவு பிளான் பண்ணின கவிதாவுக்கு அடுத்து என்ன செய்யணும்னு தெரியாதா என்ன? யாரைப் பத்தியும் கவலைப்படாதடா கார்த்திக் விடு ஐஇட்".